சந்தியா
பதிப்பகம்

30.07.1950இல் திருநெல்வேலியில் பிறந்த கவிஞர் கலாப்ரியாவின் இயற்பெயர் சோமசுந்தரம். 50 ஆண்டு காலமாக நவீன கவிதையின் சுடரொளியாயும் தணலாயும் கனன்று கொண்டிருக்கிறார்.

கலாப்ரியாவின் முதல் கவிதைத் தொகுப்பு வெள்ளம் 1973ஆம் ஆண்டு பிரசுரமானது. தொடர்ந்து தீர்த்த யாத்திரை (1973) மற்றாங்கே (1979) எட்டயபுரம் (1983) சுயம்வரம் (1985) உலகெல்லாம் சூரியன் (1993) அனிச்சம் (2000) வனம் புகுதல் (2003) எல்லாம் கலந்த காற்று (2007) நான் நீ மீன் (2011) உளமுற்ற தீ (2013) தண்ணீர் சிறகுகள் (2014) சொந்த ஊர் மழை (2015) தூண்டில் மிதவையின் குற்ற உணர்ச்சி (2016) பனிக்கால ஊஞ்சல், பேனாவுக்குள் அலையாடும் கடல் (2017), சொல்உளி (2018) என 18 கவிதைத் தொகுப்புகளும் கலாப்ரியா கவிதைகள் என்ற பெருந்தொகுப்பு நூல் மும்முறையும் வெளியாகியுள்ளன.

கலாப்ரியாவின் கவிதைகள் துயரத்தில் புரண்டு கொந்தளித்து எழும் சொற்களால் ஆனவை. 'Conditioned Being' என்ற நிலையிலிருந்து 'Being unconditioned' என்ற நிலையே கலாப்ரியாவின் படைப்பு நிலையும் வாழ்நிலையும் என்று சொல்லலாம். ரோட்டரி சங்கச் செயற்பாடுகளிலும் கலந்து கொள்ள முடிகிறவரால், சாதாரண எம்.ஜி.ஆர். ரசிகன் மனோபாவத்தையும் அடையமுடிகிறது. சபரிமலைக்குப் புனிதப் பயணம் செல்பவரால் சினிமாவின் வெப்ப நாயகிகளைப் பற்றியும் எழுத முடிகிறது.

'வெள்ளம்' கவிதைத் தொகுப்பு வெளிவந்து 36 ஆண்டுகளுக்குப் பிறகு 2009ஆம் ஆண்டில் அவருடைய 'நினைவின் தாழ்வாரங்கள்' என்ற கட்டுரைத் தொகுப்பு வெளிவந்தது. வாழ்வும் வாழ்வனுபவங்களும் பொதியப் பெற்ற கடந்த காலத் தாழி 'நினைவின் தாழ்வாரங்கள்'. இவரது மொழியும் ஞாபக சக்தியும் இவரை உரை நடையில் உச்சம் தொட வைத்தன. சினிமா, கவிதையியல் பற்றிய கட்டுரைகள் என, இன்று வரை 15 உரைநடைத் தொகுப்புகள் வெளியாகியுள்ளன.

கலாப்ரியாவின் முதல் நாவல் 'வேனல்', 2017இல் வெளிவந்தது. அதே ஆண்டில் கலைஞர் பொற்கிழி விருதும் கலாப்ரியாவுக்கு அளிக்கப்பட்டது. கலைமாமணி விருது, சிற்பி இலக்கிய விருது ஜெயகாந்தன் விருது, மனோன்மணீயம் சுந்தரனார் விருது உள்ளிட்ட எண்ணற்ற விருதுகளும் பெற்றவர் கலாப்ரியா. இப்போது முதன் முறையாக "வானில் விழுந்த கோடுகள்" என்கிற சிறுகதைத் தொகுப்பை எழுதியுள்ளார். சந்தியாபதிப்பகம் பெருமையுடன் வெளியிடுகிறது.

சொல்உளி

கலாப்ரியா

சந்தியா பதிப்பகம்
சென்னை - 83

சொல்உளி

© கலாப்ரியா

முகப்பு ஓவியம்: ட்ராட்ஸ்கி மருது

முதற்பதிப்பு: 2018

அளவு: டெமி ● தாள்: 60gsm ● பக்கம்: 80
அச்சு அளவு: 11 புள்ளி ● விலை: 80/-
அச்சாக்கம்: அருணா எண்டர்பிரைஸஸ்
சென்னை - 40.

சந்தியா பதிப்பகம்
புதிய எண்: 77, 53வது தெரு, 9வது அவென்யூ,
அசோக் நகர், சென்னை - 600 083.
தொலைபேசி: 24896979.

ISBN: 978-93-87499-58-4

SolIUli

© Kalapriya

First Edition: 2018

Pages: 80
Printed at Aruna Enterprises.,
Chennai - 40.

Published by
Sandhya Publications
New No. 77, 53rd Street, 9th Avenue, Ashok Nagar,
Chennai - 600 083. Tamilnadu.
Ph : 044 - 24896979

Price Rs. 80/-

sandhyapathippagam@gmail.com
sandhyapublications@yahoo.com
www.sandhyapublications.com

SAN-816

"கலை தோய் கருத்தியை, ஐம்புலனும் கலங்காமல்
கருத்தை யெல்லாம் திருத்தியை, யான் மறவேன்..."

அயராத இலக்கியப் பணிக்கே தன்னை
ஆட்படுத்திக் கொண்ட
ஆசிரியப் பெருந்தகை 'மேலும்' **சிவசு** சாருக்கு
அன்புடன்

சென்று பற்றும் கவிஞனின் கண்கள்

"அந்தத் தண்டவாளத்தில் கொஞ்ச நேரம்
இந்தத் தண்டவாளத்தில்
கொஞ்ச நேரம்
அமர்ந்தமர்ந்து சமாதானப்படுத்துகிறது
ரயில் கடந்து போன தண்டவாளங்களை
ஒரு சிட்டுக் குருவி"

ரயில் எப்போதும் நம்மைக் கடந்து போனதும் ஏனோ ஒரு இனம் புரியாத சோகம் மனதிற்குள் படரும். நாம் யாரையாவது வழியனுப்பச் சென்றால்தான் என்றில்லை. தண்டவளங்களின் அருகில் என்ன காரியமாக நின்று கொண்டிருந்தாலும் ரயில் நம்மைக் கடந்து போகையில் நம் பார்வையையும் வாரிச் சுருட்டிக் கொண்டு போகும். அப்படியே பார்வை அதன் பின்னோடு போய் அது மறைகிற புள்ளியில் தொடு வானில் மௌனமாய், சோகமாய் நிலைக்கும். அப்படியொரு கணத்தை 1970களில், ஒரு கவிதையாக்கினேன்.

"மருதமர நிழல்கள் மீட்டாத
தண்டவாளச் சோகங்களை
எனக்கேன் நிரந்தரித்தாய்
சசி" – என்று கவிதை வரிகளாக்கினேன்.

அதேபோல் சமீபத்தில் ரயில் செல்வதற்காக அடைத்து வைக்கப் பட்ட கேட் திறக்கப்பட்டதும் வாகனக் கால்களுடன் மனிதர்கள் ஏதோ கொள்ளை போவது போல முண்டியடித்து, எதிர் எதிராகத் தண்டவாளங்களைக் கடந்து கொண்டிருந்தார்கள். தற்செயலாக

அங்கே நிற்க நேர்ந்தவன், தண்டவாளங்களையும், அவற்றின் மீது அமர்ந்து அமர்ந்து எழுந்து பறக்கும் ஒரு குருவியையும் பார்த்தேன். 'நமக்குத்தானே 'தண்டவாளச் சோகங்கள்' கண்ணில்ப் படும்.

சோகங்கள் என்றில்லை. மானுட மனதை மென்மையுற வைக்கிற வாழ்வின் எல்லாக் காட்சிகளையும் கவிஞனின் கண்கள் சென்று பற்றும். இந்தக் காட்சிகளின் பின் ஒருவகை எழுதப் படாத தர்க்கம் தாண்டிய இயங்கியல் (phenomenon) இருக்கிறது. அது இன்னதென்று தன்னை ஒரு போதும் தீர்மானமாக இனம் காட்டுவதில்லை. பல படைப்பாளிகளின் மனதில் பல விதமாக எதிரொளிக்கும், எதிரொலிக்கும். வள்ளுவன் நீதியொன்றுடன் இணைத்துப் புகல்வான். பாரதி சித்துடன் அசித்தாக இணைப்பான். கம்பன் வர்ணனையாக்குவான். நான் இவர்கள் அருகில்க் கூட செல்ல முடியாதவன். நான் கண்டதைக் கண்டபடி அப்படியே சொல்லிவிட்டு, அதன் "எதிர் ஒலியொளியை" வாசகன் பொறுப்பில் விட்டு விடுகிறேன். அப்படி எழுதப்படுபவையே என் சமீபக் கவிதைகள் தோன்றுகிறது. அப்படிப் பிரக்ஞை பூர்வமாகவும் இவற்றை எழுதவில்லை. என் கவிதைகளை ஆதரிக்கிற பல நண்பர்கள் இதற்கும் தங்கள் வரவேற்பைச் சொல்லி வருகிறார்கள். தங்கள் விமர்சனங்களை முன் வைக்கிறவர்களும் இருக்கிறார்கள். எல்லோருக்கும் என் அன்பும் நன்றியும்.

இதை ஈடுபாட்டுடன் பதிப்பிக்கிற சந்தியா பதிப்பகத்தினருக்கு என் நன்றி. ஈசிச் சேரில் அமர்ந்து, எழுதுகிறேன் என்று எந்த வேலையும் செய்யாமலிருக்கும் எனக்கு எல்லாப் பணிகளையும் செய்வதோடு, என் புத்தகங்களை மெய்ப்புத் திருத்தும் அதிகப்படி வேலையினையும் செய்யும் என் மனைவிக்கு மெய்யான, திருத்தம் தேவையில்லாத அன்பு. இதற்குச் சிறப்பாக முகப்போவியம் தீட்டித் தந்த ஓவியர் மருதுவுக்கு மனம் கனிந்த நன்றிகள். என் கவிதைகளின் பால் எப்போதும் அன்பும் அக்கறையும் கொண்டு மேலும் மேலும் ஊக்கப்படுத்திவரும் 'மேலும்' சிவசு சாருக்கு இந்தக் கவிதை நூல் எளிய சமர்ப்பணம். எல்லாவற்றிற்கும் மேலாக என் வாசகர்கள் அனைவருக்கும் அன்பும் வணக்கங்களும்.

அன்புடன்
இடைகால்

கலாப்ரியா
24.11.2018

கவிதைக்குள் கிடந்தான்
கவிஞன்
வார்த்தைகளின்
அம்புப் படுக்கையின் மீது
கவிதை கொண்டாடும்
சீடக்கவிஞன்
மண் துளைத்து
நீர் வருவித்து
வாயூற்றினான்
தானும் ஒரு கை
சேந்தி அருந்தினான்
           (நிகனோர் பார்ராவுக்கும் சீடர்களுக்கும்)

விதையூன்றலும்
நீரூற்றலுமே நம்மால் முடியும்
வேலைகளில் தன்னை
அமிழ்த்திக் கொள்ளும் பெண் போல
செடி தானே வளரும்

சுனைகளைக் கண்டடையப்
புதிய மலைப்பாதையுருவாக்கிப்
போவதே கவிஞன் வேலை
உனக்கும் வழி தெரியட்டுமென்றே
அவன் வார்த்தைகளை
பழைய கவிதைகளிலிருந்து
உதிர்த்தபடி போகிறான்
பின் தொடரும் உன் தாகத்திற்கு
நீரள்ளிக் குடிக்கும் போது
அவனுக்கொரு வார்த்தை
நன்றி சொல்
இப்போது நீ நிற்பது
அவன் பெயருக்கருகேதான்

(கார்த்திகைப் பாண்டியனுக்கு)

மந்திரவாதி ஏழு கடல் தாண்டி இளவரசிகளை
ஒளித்து வைத்ததனாலன்றோ
இன்றளவும் எவ்வளவோ
பேர் சொல்லி எவ்வளவோ பேர் கேட்டாலும்
சமுத்திரம் வற்றவில்லை

✿

மொழி
கலை
கண்ணாடி
இவைகளுக்கு
முந்திய காலத்தில்
என்னை
எனக்கு
எப்படித் தெரியும்

✿

நினைவுகளென்பது
குழந்தை
எங்கு வைத்தும் முத்தமிடலாம்
நிகழ்வுகள்
குழந்தையின் அம்மா....

❋

ஆற்றுப்படுத்தப்பட்டு
வேற்றூர் சென்று பரிசில்
இல்லாமல் திரும்புகிறாயா
ஆடைகளைப் பார்
அக்குளைப் பார்
புதிய சீலைப்பேன்கள்
ஆசையாய்ப் பற்றியிருக்கும்
பாணனே

❋

லார்வாவின் கொடும்பசிக்கு
இலைகள் போதவில்லை
கூட்டுப்புழுக்களுக்கோ தூக்கம்
பட்டாம் பூச்சிக்கோ
சொட்டுத் தேன்

❀

'நீ பேசாமல்தான் இருக்கிறாய்.
ஆனால் எனக்கு
கேட்டுக் கொண்டே இருக்கிறது'

❀

முடி திருத்தகத்தில்
நகரும் நொடிகளுக்கிடையே
அதே படங்கள் கண்ணாடிப் பிம்பங்களை
மறுபடி மறுபடிப்
பார்க்கவும் வாசிக்கவுமன்றி
வேறென்ன செய்ய முடியும்
வாழ்க்கையும் நகர்கிறது
அவ்வாறே

❄

தனிமை
பயமுறுத்தவும் செய்கிறது
உன் வருகை
தனிமையைக் குலைப்பதாய்
எரிச்சலும் வருகிறது

❄

சிரிக்கும் முகம்
அழும் முகம் என
ஒன்பான் குண முகங்கள்
ஒவ்வொன்றும்
முகமூடிகள்தானே
உள்ளபடியே முகம்
எப்படி இருக்கும்

❀

வாழ்தல் பற்றிய
அர்த்தத்தைத் துலக்கமாக
வெளிக் கொண்டு வருகிறது
துக்கம் விசாரிப்பவர்களின்
சொல் உளி

❀

பஞ்ச வர்ணக் கிளியின்
எந்த வண்ணத்தில்
லயிக்க
என யோசிக்கையில்
கவிதை கவ்விப்
பறக்கிறது
மீன்கொத்திநாள்

※

ஐந்து நிமிடமாவது
வடம் பிடித்து
தேர் இழுத்தால்தான்
திருவிழாவின் மகிழ்ச்சி
கிட்டும்

※

இறப்புதான் பூமியைச் சுமந்து கொண்டிருக்கிறது
போல

※

தாலாட்டு வரிகள்
முடிந்தும் உறங்காமல்
அழும் குழந்தை
எத்தனை பாடல்கள்
இப்படி வீணாகியிருக்குமென
உள்ளூரத் தர்க்கிக்கையில்
உறங்கி விட்டிருந்தது
குழந்தை

ஜன்னல் வெயில் வழியே
வீட்டுக்குள் ஒரு நொடி
கடந்து போகிறது
பறவையின் நிழல்
வீடே கண் சிமிட்டுவது
போலொரு
காட்சிப் பிழைத் தோற்றம்

18 ➢ சொல்உளி :

இவள் எப்போது கனவில்
வந்தாலும்
கடைசியாய்ப் பார்த்த
தன் முப்பத்தி ஐந்து
வயதை எனக்கும்
அருளி விடுகிறாள்
இன்று மதியம் கூட

※

ஒரு காதைக் குடைந்தால்
மறு காதும் கெஞ்சுகிறது..
என்னையும் கொஞ்சம் என்று
கண்கள் மட்டும்
ஒன்று போல
அழுது விடுகிறது

※

*க*விதைக்குள்
வைக்க முடியாத
வார்த்தைகளைச் சேர்க்குமிடம்
தெரியாமல் தவிக்கையில்
குழந்தை வாங்கி
சோப்புக் குமிழுக்குள் வைத்துப்
பறக்க விட்டது

செய்யுள்

நெருக்கடி இல்லாத பேருந்துக்காக
நிறுத்தத்திலேயே
நின்று கொண்டு இருப்பவனுக்கு
எழுதவே படாத கவிதையின் முகம்
இடித்துப் பிடித்து ஏறி
இடம் பிடித்து விடுபவனுக்கு
செய்யப்பட்ட கவிதையின் முகம்
அமர்ந்து செல்வோர் அநேகருக்கும்
பேருந்துக்கும் அதே முகம்
போரட்டக் கல்லொன்று
கண்ணாடியைச் சிதைக்க
தானே விரும்பி எழுதிய கவிதை போல்
முகம் விரிய நிற்கிறது பேருந்து

பிள்ளைக்காலம்
ஏரியின் மேற்பரப்பு
கீழ் நோக்கி கீழ் நோக்கி உறைவதைப்
பார்த்துக் கொண்டிருக்கிறான்
வயது ஆக வயது ஆக நினைவுகள்
கெட்டித்து உறைந்து கீழிறங்கும் கவிஞன்
மேற்பரப்பில் மீன்கள் செத்துப்
பனிக்கட்டியில் சிறைப்பட
உள் ஆழத்து நீரில் நீந்துகிறது
ஒன்றிரண்டு பிள்ளைக்கால
கண்ணீர்த் துளிகள்

தண்ணீர்ப் பாம்பே
என்றாலும்
நையப் புடைக்கிறவனின்
உடலெங்கும்
எத்தனை தலைமுறை
வன்மம்

❈

காலில் தைக்கிறவனின்
பெயர் எழுதியிருக்குமா
பாதை முள்ளில்

❈

இந்த வாழ்க்கைக் கிணற்றில்
யார்
தூக்கிப் போட்ட
கற்கள்
நாம்

❈

ஒரு சமயம்
ஏல ஓரமாப் போயேம்லே
காரும் வண்டியும் வர்ற வரத்து
இடிச்சுப் போட்ராம
இன்னொரு சமயம்
ஏம்ல ஓரமாப் போறே
ஒரே குப்பையும் அசிங்கமுமா கிடக்கு
தள்ளி வாயேம்லே

❉

கடலை விடவும் வானத்தை விடவும் வாழ்க்கை பெருசு
மீனும் பறவையும் அளந்து சலிப்பது போல்
மொழியும் வாழ்க்கையை அளந்து அளந்து அயர்கிறது

❉

அன்னைக்கி
ஏல பெரிய ஆளுக மத்தில
நீ சின்னப்புள்ளை உனக்கென்ன சோலி
இன்னைக்கி
ஏய் பெரியவனா லச்சணமா இல்லாம
என்ன சின்னப் புள்ளைக
சகவாசம் வேண்டிக் கெடக்கு

ஒன்றுக்கொன்று
மயிர்க் கனமாவது
விலகியிருக்கும்
மீன் நீந்தும் பாதைகள்
கவிதைக்குள் இட்டுவிட்டால்
சொற்களின் அர்த்தமும்
அவ்வாறே

ஒரு கட்டத்திற்குப் பிறகு
தாய விளையாட்டை
க் குலைத்து விட்டு
ஓடி விடுகிறான்
அதிகமாய் காய்கள்
வெட்டுக் கொடுத்தவன்
வாழ்க்கை யாரையோ
ஜெயிக்க வைத்தால் தோற்பவன்
கவிதை எழுத ஆரம்பித்து விடுகிறான்

❋

பெரிய துண்டு இனிப்பைப் போல
தலைப்பு மட்டும்
தனியே இருக்கிறதே
என யோசிக்கிறீர்களா
ஏனைய எறும்புகளை
அழைத்து வரப் போயிருக்கிறது
முதல் வரி

❋

துஷ்ட நிக்கிரகத்திற்கு
சுதர்சனம்
விரைந்த நொடியில்
சுளுக்கெடுத்துக் கொள்கிறது
விஷ்ணுவின்
ஆட்காட்டி விரல்

பெரும்பாலும் உப்புக் கரிக்கிறது
கரை தொட்டு மீளும் அலைகள் போல
வாழ்க்கைக் கடலில்
கலந்து விட்ட பழைய நினைவுகள்

அவன் அலை பேசியில்
பேசிக் கொண்டிருந்த போது
அக்காக்குருவியின்
கூவல் அழகாகப்
பின்னணியில்
நிச்சயம் அவன்
அதைக் கவனித்திருக்க மாட்டான்
நான் அவன்
பேச்சைக் கவனிக்காதது போலவே

❀

எதிரிகளுக்கே
எளிதில்
மூக்கு வியர்க்கிறது
நண்பர்கள் சொல்லுகிறார்கள்

❀

பச்சை வண்ணப்
பென்சில் தொலைத்த குழந்தை
இலையுதிர்கால
மரங்களைத் தீட்டி மகிழ்கிறது

※

பச்சை வண்ணத்தைத்
தொலைத்த குழந்தையின்
பறவைகளுக்கு
பாவம் அப்புறம்
நிழலே இல்லை

※

நாயுருவிச் செடியைப்
போல
படிமங்கள் கவிஞனின்
ஆடை பற்றிச் செல்கின்றன.

※

➢ சொல்உளி

சொந்த ஊர்
சென்று திரும்பினேன்
மேலெல்லாம்
பனிக்குட
நீர்

❀

நதி கரையைத்
தொட்டு ஓடுவது
எப்படி நிலத்தை
ஈரப்படுத்துவதென்பதாகும்
நான் என்னுடன் மட்டும் இருப்பதை
எப்படி நீ
தனிமையில் இருப்பதாகச் சொல்கிறாய்

❀

மூல உயிரியினையும் மீறி
பூதாகரமாக
உருவெடுத்துவிடும்
நினைவின் ஒட்டுண்ணிப்
புனைவுகள்

நாங்கள் நீரில்
பறக்கத்தானே செய்கிறோம் என்கின்றன
மீன்கள்
ஆமாம் நாங்கள்
வானில் நீந்துவது போலத்தானே
என்கின்றன பறவைகள்
காற்றை அடுத்த மரத்திற்கு
அனுப்பத்தானே அசைகிறோம்
என்கின்றன மரங்கள்
ஆமாம் நாங்கள் கரைக்கு நீரை
திருப்பித் தருவது போலத்தானே
என்கின்றன அலைகள்
நான் தினமும்
வெறுங்கையுடன்தானே
செல்கிறேன் என்கிறது சூரியன்
என்னை யாருமே தேடாமல்
ஒரு நாள் மட்டும்
விட்டு விடுவது போலத்தானே
என்று சொல்லாதா நிலா மட்டும்

ஒரு புத்தகத்தை
உங்கள் சேகரிப்பில் தேடப் போகிறீர்களா
எப்படியும் சென்ற முறை
தேடியபோது வரிசை
தாறுமாறாகக் குலைந்து போயிருக்கும்
அல்லது இம்முறை குலையலாம்
அதன் தலைப்பை மட்டுமே
வைத்து வரிசையாய்த் தேடுங்கள்
ஒவ்வொரு புத்தகமாகத் தேடுங்கள்
உங்கள் ஞாபக சக்தியை நம்பி
அதன் அட்டையில் மிகுதியாக இருந்த வண்ணத்தை வைத்து
அதைப் போலுள்ள புத்தகத்தை அவரிசையாய் எடுத்து
ஏமாறாதீர்கள்
ஏனெனில் உங்கள் நினைவை
ஆக்கிரமித்திருக்கும் நிறம்
மந்த தகனத்தால் வெளிறி இருக்கலாம்
ஏன் பச்சை நிறம் மஞ்சளாகவே
மாறியிருக்கும்
அதே போல நினைவை அடைத்திருக்கும்
அதன் கனத்தை வைத்தும் தேடாதீர்கள்
அட்டை போட்ட புத்தகத்தின்
முதல் பக்கத்தைப் பார்த்துத்
தேடும் போது
அதிகக் கவனம் தேவை
அடுத்தடுத்த பக்கங்கள்
உங்களை கதைக்குள்ளோ கவிதைக்குள்ளோ

இழுத்து அமிழ்த்தி விடும்
அருகில் இன்னொரு
புத்தகக் காதலனை வைத்துக் கொண்டும்
தேடாதீர்கள் அவனிடம் திருபித் தராத
அவனது புத்தகத்தைக் கண்டு பிடித்து
விடுவான்
ஆகவே ஒரு புத்தகத்தைத்
தேட வேண்டுமென்றால்
அறவே புத்தகம் பிடிக்காத
ஒருவரிடம் தேடித் தரும்படிக்
கெஞ்சிக் கேளுங்கள்
கிடைக்கலாம்
(பெருந்தேவிக்கு)

மூடை

தலையழுந்த விவசாயி
ஒழுகி விழுந்த
ஒன்றிரண்டு நெற்களுக்குத்
துணையாகத் தான் புழங்கும்
குறைவான சொற்களை
முற்றத்திலேயே விட்டு விட்டு
ஊமையாய்
வயலுக்கு நடக்கிறான்

விதை பாவித் திரும்புகிறான்
மௌன மகிழ்வுடன்
கலவியும் கிட்ட
தூங்கும் அவன் பச்சைக்கனவில்
கொத்துக் கொத்தாகக்
கதிர் பிடிக்கிறது
ஊர் புழங்கும் சொற்கள்

அவன் கவிதைகளைப்
படிக்கையில் மட்டும்
அவனே நினைவெங்கும்
முந்துறுகிறான்.
நிலமளவு தாழும் பணிவான
வார்த்தைச் சேர்க்கைகள்
அவன் படாடோப உடைக்குச்
சற்றும் பொருத்தமில்லாதவை
ஓரிரு வரிகளின் ஜென் தன்மைக்கும்
அவனது ஓயாத பேச்சுக்கும்
துருவ தூரம்
கவிதையின் தூய காதல்ப் படிமங்கள்
அவனது ரசிகைகள் குறித்து
அறச்சீற்றம் கொள்ளாதது
அவனுக்கே ஆச்சரியமே
அப்படியும் அவன்
தன் கவிதைகளுக்கென
தனி முகமூடி அணிவதாகச்
சொல்ல முடியாது
நீ உன் குளிர் கண்ணாடியைக்
கழற்று என்கிறீர்களா
நான் அவன் கவிதையை
வாசிப்பதே
என் கனவில் அல்லவா

தெருவில்
குழந்தைகளும் இல்லை
குழந்தைமையும் இல்லை
தாழப் பறக்கிறதொரு
விமானம்
அனாதையாக

யார்
தனிமைக்குள்ளும்
நுழைய நினைவுகளுக்கு
எந்த
அனுமதியும் தேவையில்லை

உன்
காதுகளையும்
கதவுகளையும்
மூடிக் கொள்வதால்
உன்னை நீயே
தொந்தரவு செய்து கொள்கிறாய்

சொந்த ஊரைப்
புகைப்படங்களில்
பார்ப்பது
சுய இன்பம்
மற்றும்
சுய வதை
(செய்து கொள்வது போல)

✺

நாளின் ரயில்ப் பெட்டியில் ஏறுகையில்
நான் மட்டும்
தனியாகவே இருக்கிறேன்
முகநூலில் அழைப்பவர்கள்
வாசலில் நின்று கொண்டே
பயணம் முடித்து
பக்கத்து நிலையத்தில்
இறங்கி விடுகிறார்கள்
அலை பேசியில் தொடர்பு
கொள்பவர்கள் எதிர் இருக்கையின்
நுனியில் அமர்ந்து
ஜன்னல் வழியே பார்த்தபடி வருகிறார்கள்
என்னுடன் என் ஊருக்கு வருபவர்கள்
நுழைந்ததுமே
எழுந்து கொள்கிறீர்களா
நான் படுக்க வேண்டும் என்று
கொட்டாவி விடுகிறார்கள்
இறங்க வேண்டிய இடம்வந்து
இறங்கிச் செல்லும்போது
இவர்கள் இப்படி மொத்தமாகக்
கை விட்டுப் போகிறார்களே
அறிமுகமில்லாத நாம் என்ன செய்வது
என்று வெற்றுப் பெட்டியின் சுருட்டிக்
கசங்கிய விரிப்புகளில் கிடந்து அங்கலாய்க்கின்றன
கனவுகள்

❉

இதயமும்
மூளையும்
இரண்டு எதிரெதிர்
தொடுவானங்கள்
நடுவில் கிடந்து
காய்ந்த சிறகென
அல்லாடுகிறது
தொண்டைக் குழியில்
மொழி

அந்தத் தண்டவாளத்தில் கொஞ்ச நேரம்
இந்தத் தண்டவாளத்தில்
கொஞ்ச நேரம்
அமர்ந்தமர்ந்து சமாதானப்படுத்துகிறது
ரயில் கடந்து போன தண்டவாளங்களை
ஒரு சிட்டுக் குருவி

❈

வாசற்படியில்
சிந்தச் சிந்தப்
பால் அளந்து
தந்து போயிருக்கிறான்
வீடு நுழைபவனின்
மூளையில்
கன்றுக் குட்டியின்
வாசனை

❈

சிலைக்கு மாதிரியாய்
இருந்தவர்
சிகப்பா கறுப்பா
சிற்பியே அறிவான்
சிலைக்கு மௌனமாய்ச்
சிரிக்க மட்டுமே தெரியும்

❈

குண்டூசிகளை
நறுக்கெனக் குத்தி
வைக்கும் சாதனத்தைக்
கண்டுபிடித்தவனை விடவா
நாமெல்லாம்
வன்முறையாளர்கள்

❈

புதிர்ப் பாதையில்
நாம் வழி தப்புவதென்பதும்
தொட்டி மீனின்
நீச்சல் சுவாரஸ்யமும் ஒன்றுதான்

※

விதையோடு கனியை உண்ணத்தான்
பறவைகள் படைக்கப் பட்டிருக்கின்றன

※

தன்னைக் கடக்கும்
தொடர் வண்டியில்
ஊர்வழி போவோருக்கு
ஆடும் கண்களால்
கைகாட்டியபடி
இவுக ஆடுகளையெல்லாம்
யார் பாத்துக்கிடுவாங்க
யோசித்துக் கொண்டிருக்கிறான்
தனது மந்தையை
தழை தின்ன விட்டுவிட்டு
மரத்தடியில் நிழலுக்குத்
துணையிருக்கும் மேய்ப்பன்

இந்நொடியில்
நல்ல கவிதையொன்றை
எழுதிய போதிருந்த என்
இறந்த கால முகமொன்று
நினைவில் நிழலாடிப் போகிறது
இந்தக் கடிகாரக் கணத்தில்தான்
அதை எழுதினேனா
என்று யோசித்துப் பார்க்கிறேன்
அந்த நேரம் வீதியோரம்
நின்றிருப்பேன் போலிருக்கிறது
டீசல் வாசனையும் எழுகிறது
சூரியனின் வெம்மையை
சற்றுக் கூடுதலாய் உணர்கிறது
நினைவு மேனி
எல்லாமே சற்று
முன்பின்னாக இருக்கிறது
காட்சிக்குள் நுழையும்
உன் முகம் மட்டும்
என் நிகழ் காலத்தையழித்த
அதே கல்லூரிப் பெண் போல
என்ன சொல்லி என்ன
என் இறந்த கால முகமொன்று
நினைவில் வாடிப் போகிறது

வெளிச்சம்
சொல்கிறபடித்தான்
கேட்கும்
நிழல்
❀

முடிந்த சிலையில்
அழகிருக்கும்
முடிவுறாத சிலையில்
கதை இருக்கும்
❀

இசைக் கச்சேரி நடுவே
சமாதானப்படுத்த முடியாத
குழந்தையென
இறந்த கால நினைவுகள்
❀

இது வரை
கடந்தது போலத்தான்
இனிமேலும் கடந்து போகும் வாழ்க்கை
இதுவரை கவலைப்பட்டுக்
கழித்ததைப் போலத்தான்
எதிர்காலத்திலும்
கழிந்து விடும் நமது இருப்பும்
ஏதேனும் சந்தேகம் இருப்பின்
செத்துப் போனவனின் கண்களிடம் கேள்
சந்தனம் அப்பும் முன்

※

➢ சொல்உளி

ஒட்டகம் முள்ளைக் கடித்தும்
நாய் எலும்பைக் கடித்தும்
பற்களிடையே கசியும்
தங்கள் ரத்தத்தையே
சுவைக்கின்றன
கவிஞர்கள் கவிதை எழுதுகிறார்கள்

மூளைப் பரணில்
போட்டுவிட்ட
படங்கள் மீது மட்டுமேன்
தூசு படிவதேயில்லை

இரவுக் கலவியினிதே முடிந்த
மறுபொழுதில்
கனிந்து கவியும்
நாணத்திரைக்குள்
நடமாடும் காதல் போல
மழையுமில்லாது
வெயிலுமில்லாது
மூட்டமாய்
இன்றையப் பகல்

பழைய சோற்றைத்
தட்டில் பிழிந்து
வைத்து விட்டு
தொட்டுக் கொள்ள
நாக்குக்குச் சுவையாக
நயத்துப் போன வடகம்
மோர் மிளகாய் போல்
ஏதாவது இருக்காதாஎன்று
மூடிய டப்பாக்களைத்
திறந்து ஏமாந்து
கடைசியாகக் கிட்டுகிறது
ஒரு கவிதை

இறந்தகாலத்திற்கும்
நிகழ்காலத்திற்கும்
அலைவுறும் கனவுகளில்
தனி ஊசல் போல
தனித்துத்தானே
நடமாடுகிறோம்

ஒரு கவிதைக்கு சரிஅளவான
வால் வேண்டும்
ஒரு அழகாகப்
பறக்கும் பட்டம் போல

இந்த நாளையும் நினைவுகளின் போக்கில் ஒப்படைத்து
விடு
சென்ற ஆண்டின் இதே நாள் போல ஒரு கவிதையை
இழுத்து வரலாம்
இல்லை அதே ஈரத்துடன் குளிர்வித்துக் காற்றுடன்
கடந்தும் போகலாம்
இல்லை நேற்றிருந்து இன்று
சூரியன் காலூன்ற வழியின்றி
துடைத்தெறிந்து விடப்பட்ட
மர நிழலாகப் போனாலும் போகலாம்

சாயுஜ்யம் கண்ட
பௌருஷம் போலத்
திரும்பிக் கிடக்கிறது
நாள்
படித்து முடிக்காத புத்தகங்கள்
எழுதப் படாத படிமங்கள்
போலக்கிடக்கிறாள்
ஆயுள்

அருங்காட்சியகங்களில்
ஆதி காலத் தண்டனைக் கருவிகளைப் பார்க்கிற
போதெல்லாம்
நைந்தோ வெட்டுப் பட்டோ
சதை குதறப்பட்டோ
நடைப் பிணமாய்
வெளியேறுகிறது ஒரு
கவிஞன் மனது

சாட்டையால் அடிப்பது மாதிரி
சொடுக்கிக் கொண்டு காசு கேட்டு வருபவனைப்
பார்த்து
பேருந்து நிறுத்தத்தில்
யார் பின்னாலோ
யாரோ சாமர்த்தியமாய்
ஒளிவது போல படிமமொன்று
கவிதையைக் கண்டு ஒளிகிறது
சற்றே திரும்பிப் பார்
உன் கவிதைக்குப் பின்னால்
மறைய முயல்வது
என் கவிதையாயிருக்கலாம்

பாராட்டுபவர்களை மனம்
கனவுக்குள்ளேயே கரைத்து விடுகிறது.
விமர்சனம் என்கிற பெயரில்
நையாண்டி புரிபவர்களை
எப்போது விடியும்
என்று காத்திருப்பது போல
நினைவுகளுடன் இழுத்து ஒட்டிக் கொள்கிறது.

இது இந்த நேரத்து மனசு

பொறுப்புத் துறப்பு

யாரோ மூலிகை தேடி வந்தவன்
தன் கண்களையும்
முகர்ந்து பார்த்து எமாந்த
பெருமூச்சுக்களையும்
புதரருகே விட்டுப் போயிருக்கிறான்
வண்டுகளை இரையெடுக்க வந்த
பச்சைப் பாம்பு
பெருமூச்சின் சீற்றமுணர்ந்து
மிரட்சியுடன் விலகி
மரக் கிளைகளில் ஏறுகிறது
தங்கள் வேனிற்கால
முட்டைகளை நினைத்து
காகங்கள் பயத்தோடு
புதிய கூடுகளைச் சுற்றி வந்து கரைகிறது
அதில் முட்டையிட்டிருக்கும் குயில்
வேம்பின் பச்சை இருளில்
ராகத்தோடு இசைத்துக் கொண்டிருக்கிறது
தன் பொறுப்புத் துறப்பை

தலை புதைந்த கவிதை

கவிதைக்கான வார்த்தைகளைக்
கோர்க்கத் தொடங்கிய போது
தம்மைச் சுற்றி வரையப் படலாம்
எனச் சில சித்திரங்களைக்
கற்பனை செய்தன வார்த்தைகள்
சோளக்கொல்லை பொம்மையின்
நினைவு சோர்வு தந்தாலும்
அக்காக் குருவி படிமம் கவிதைக்குள் வந்தால்
அமர்ந்து கொள்ள இருந்து தொலையட்டுமென
சமாதானமாயின
பாம்புகள் படங்களாகவோ வரிகளிலோ
குறியீடுகளாக வந்த
குற்றஉணர்வுக் காலங்கள் மலையேறி விட்டதால்
பயமில்லை என ஆசுவாசம் கொண்டன
பாவைக்கூத்து சித்திரங்கள்
பாவைகளாகவே இருந்தால் பரவாயில்லை
வாய் திறந்தே சொல்லிக் கொண்டன
வரிசையில் நின்று கூட்டிசையாய்
கையெழுத்து மட்டும் போதாமல்
படமும் வேண்டுமெனக்
கவிஞனோ ஆசிரியரோ ஆசைப்பட்டால்
நெருப்புக்கோழி படம் நிச்சயம்
என்று தலை புதைந்து கொண்டது
மண்ணுக்குள் கவிதை

உன்னைப் பார்ப்பதாய்
நினைத்துக் கண்ணைத்
தாழ்த்தி
நமக்கிடையே பறந்த
வண்ணத்துப் பூச்சியிரண்டை
தவற விட்டு விட்டாய்
அறுபதாண்டுகளாக
அவை சிறகடித்துக் கொண்டே
இருக்கின்றன
அறிவாயா நீ

ரோஜாவைப் பறித்த
மகிழ்ச்சியை விட
முட்கள் குத்தியதே
நினைவெங்கும் கசிகிறது

❀

பட்டுப் போன மரங்களுக்காக
பரிதாபப் படுகிறவர்கள் கூட
அதன் இற்றுப் போன
வேர்கள் பற்றி
எண்ணுவார்களா

❀

பசியோடு காத்திருக்கும்
குஞ்சுகள் போல்
வீடு தனித்திருந்தது
ஊர் வழி போய்த்
திரும்பிக் கூடடைந்ததும்
கதகதப்பாய்ச் சிறகுக்குள்ளணைத்து
தொலைந்திருந்த உறக்கம் ஊட்டுகிறது

*ப*ழுத்து உதிரும்
தனது இலைகளில்
ஒன்றாவது நீரைக் கடந்து
எதிர்க்கரை சென்று விடாதா
எல்லாவற்றையும் இழுத்துக் கொண்டு போகிறதே இந்த
ஆறு
அங்கலாய்க்கிறது
கரையோர மரம்

※

*க*ருப்பையில் கொஞ்ச காலம்
பூமியில் சற்றே அதிகக் காலம்
சூன்யத்திற்குள் எப்போதும்

※

அழுவதும்
சிரிப்பதுமென
மொழி பழகாக் குழந்தை
ஆரம்பித்து வைத்தது
டிஜிட்டல் மொழி

🌼

உறக்கம் தன்
பிடியினை முற்றாகத் தளர்த்தியிராத ஒரு
காலையில் உதிக்கிறது
"கலைமகள் மார்பில்
பாலருந்தும் வீணை"யென்றொரு
படிமம்

🌼

பொடித் தூற்றல் தூறுகிறது
கோலம் கூட அழியலை
அம்புட்டு மழைதான் பெஞ்சுது
என்று சொல்லுவது மாதிரி
இரண்டு வண்ணத்துப் பூச்சிகள்
குலவிக் கொண்டே பறக்கின்றன
நனைதல் மறந்து
மாற்றிச் சொல் என்பது மாதிரி

இன்று எறும்புகள்
இழுத்துக் கொண்டு போகும்
இறந்து விட்ட தட்டான்
நேற்றுப் பூராவும்
வெளிச்சத்தை மட்டுமே
அனுமதிக்கும் கண்ணாடிச்
சன்னல் வழியே வெளியேறத்
துடித்துக் கொண்டிடிருந்தது
சன்னலை திறக்காமலிருந்தது
நான்தான்

ஒவ்வொரு கவிதையும்
ஒரு சுமைதாங்கிக் கல்
மனதை இறக்கி வைக்கலாம்
கொஞ்ச நேரம்
மறுபடி தூக்கிச் சுமக்க வேண்டும்
பாதை தொடர வேண்டுமெனில்

நீச்சல் கற்றுத் தருபவன்
கொஞ்ச நேரம் தானும்
நீரில் இறங்குவது போல
சைக்கிள் கற்றுத் தருபவன்
சிறிது நேரம் கூடவே
ஓடி வருவது போல
படிமம் தோன்றி மறையும்
கவிதையை நீதான் எழுதி
முடிக்க வேண்டும்

வானம் இன்னொரு
பொழிதலுக்குத் தயாராகிறது
ஒழுகும் கூரைக்கடியில்
இருப்பவளின் வயிற்றில்
பயமேகம்
கருக்கொள்கிறது

உன்னை நினைத்துத்
திரண்ட இரண்டு
கண்ணீர்த்துளிகள் கூட
என்னில் இருந்து
பிரிய மறுத்து
நெற்றிக்குள்ளேயே
நின்று விடுகின்றன
என்ன எழுதியிருக்கிறது
அங்கே

ஒற்றைக் குடையை
குழந்தையிடம்
கொடுத்து விட்டு
மழை நனைந்து வருகிறாள்
அம்மை ஒரு
அணையாத தீபம் போல

வெளியூருக்குப்
போயிருக்கையில்
வந்து தேடி விட்டுப்
போயிருப்பாளோ
என்று இன்றும்
தோன்றியது
எத்தனை காலம்
இந்தக் கொடுங்கனவு
தொடரும்

யாரும் யார் மாதிரியும் இல்லை
யார் வாழ்க்கையும் யார் வாழ்க்கை மாதிரியும்
இல்லை
யார் மரணமும் யார் மரணம் மாதிரியும் இல்லை
யார் கவிதை மாதிரியும் உன் கவிதையில்லை
இருந்து தொலைப்போம்
எழுதி எழுதிக் கழிப்போம் இந்த வாழ்வை

(யவனிகாவுக்கு)

தட்டாமாலை
சுற்றிச் சுற்றிக்
கீழே விழுந்து விழுந்து
எழுந்தது குழந்தை
எனக்கென்னவோ
பரிசல்க்காரன் நடு ஆற்றில்
சுற்றிக் காண்பிப்பது போல
வீடே சுற்றியது

நாம்
மெழுகுவர்த்தியைச் சுமக்கிறோம்
உலகம்
வெளிச்சத்தைச் சுமக்கிறது

(இளஞ்சேரல் ராமமூர்த்திக்கு)

பிடாரனின்
கூடைப்பாம்பெனக்
கவலைகள் உறங்குகிறது
மூளைக்குள்
பொழுது போகவில்லையென்றால்
தன் வாலைக் கவ்வித் தானே
விஷமேற்றிக் கொள்கிறது

❃

மரங்கள்
படர்ந்து கவ்வித் தளைக்கும்
அங்கோர்வாட் பிரம்மாண்டத்தைத் தேடி
நீ மட்டும் நேராக அலையவேண்டாம்
உன் நினைவுகள் கொட்டிக்கிடக்கும்
என் மூளைக்குள் மட்டும் ஒரு தரம்
எட்டிப் பார் போதும்

❃

சொல் என்பது தட்டானின்
தண்ணீர்ச் சிறகு போல
அமரும் பூவின்
அர்த்தத்தை நிறமாக்கிக்கொள்ளும்

(பாதசாரி விஸ்வனாதனுக்கு)

யதார்த்தம் கனவு
என்னும் தண்டவாளங்களின்
மீது ஓடிக் கொண்டிருக்கிற
வாழ்க்கை ரயில் பெட்டிகளை
எண்ணி முடியவில்லையே

மீன் கொத்தியின்
பசிக்கு
நிலம் என்பது
நீர் தானே

❊

அங்கன்வாடிக்குச்
சீக்கிரமே வந்து விட்ட
ஒற்றைக் குழந்தை
எதிரொலிக்கும் தனது
மழலைப் பாடலுடன்
தனியே
விளையாடிக் களிக்கிறது

❊

வாக்கியானுபூதி

கேள்விக்கு கேள்வியையே பதிலாய்ச் சொன்னால் எரிச்சல்தான் வரும் இன்றைய (கேள்வி) ஞான வாக்கியம்

☙

கனத்த இதயம் பெருமூச்சுக்களால் லேசாவதில்லை இன்றைய ஞான வாக்கியம்

☙

வார்த்தைகளுக்கான வெவ்வேறு அர்த்தங்களை வாழ்க்கை அவ்வப்போது புதுப்பித்து விடுகிறது இன்றைய ஞான வாக்கியம்

☙

அறிமுகமற்றவர்கள் தரும் தொல்லைகள் அவ்வளவு வலிப்பதில்லை பயண வழியில் தென்பட்டு மறையும் பாம்புகள் போல. இன்றைய ஞான வாக்கியம்.

☙

வரிகளுக்கிடையே வாசிப்பவனுக்கு வெற்றுத்தாளே போதும் இன்றைய ஞான வாக்கியம்

☙

ஞானம் தன் எதிரிடையான அஞ்ஞானத்தையே பற்றி இருக்கிறது. நிழல் வெளிச்சத்தைப் பற்றியிருப்பது போல இன்றைய ஞான வாக்கியம்

☙

யாருடைய கனவையோ
நான் வாழ்ந்து கொண்டிருக்கிறேன் என்றால்
என்னுடைய கனவை யாரோ நனவாக வாழ்ந்து
கொண்டிருக்கலாம்தானே

❋

கை கூப்பிக் கொண்டே நிலம் கீறும் விதையிலைகள்.
கைவிரித்தபடி வாடி விழுவதேன்   இன்றைய ஞான
வாக்கியம்

❋

மனிதன் என்பவன் எப்போதாவது சுவாதீனத்துடன்
இருக்கும் பைத்தியக்காரனே   ஒரு சுவாதீன வாக்கியம்

❋

சாண் ஏறி முழம் சறுக்கி சிகரத்தில் இருப்பதாகவே
'சீன்' போடுகிறவர்கள்தான் அரசியல்வாதிகளோ
அரசியல் ஞான வாக்கியம்

❋

அதிகாரமாய் அன்பு செலுத்துபவர்கள் மீது பல்லைக் கடித்துக் கொண்டு பாசம் கொட்டுகிறோம்... அவர்களை ஒண்ணுமே செய்ய முடியாது இன்றைய பாசவாக்கியம்

❉

நாம் உயிர் வாழ்வதற்கு ஏதோ காரணத்தை விதி புதைத்து வைத்திருக்கிறது. நாம் புதைக்கப்படும் போதுதான் அதைக் கண்டடைவோம் போல இன்றையப் புதையல் வாக்கியம்

❉

யார் மத்தியிலாவது தன்னை நிரூபிக்க வேண்டுமென்ற ஆர்வக் கோளாறில் செய்வது அநேகமாக அபத்தமாகவே இருக்கிறது. தொலைந்து போயிருந்த ஞான வாக்கியம்

❉